Birth Song.

<< I will change my birthday that you are observing today
to the birth of Ethiopia.>> hamlé 16/33 A.M.

ቀ:ኃ:ሥ

In remembrance of the 55th birthday of His
Imperial Majesty Qedamawi Khayle Shelasé.
Prepared by yared gebre mikael.
By gazetana mastaweqiya.

Addis Ababa hamlé day 16 1938 A.M.

Psalm 145

11 They shall speak of the glory of thy kingdom, and talk
of thy power;
12 To make known to the sons of men his mighty acts,
and the glorious majesty of his kingdom
13 Thy kingdom is an everlasting kingdom, and thy
dominion endureth throughout all generations.

FSC
www.fsc.org

MIX
Papier aus verantwortungsvollen Quellen
Paper from responsible sources
FSC® C105338

Birth Song

Translated by: Hermano Simeon
wendimsimeon@gmail.com
Cover and editing by: Ras Seb

© 2018
Herstellung und Verlag: BoD – Books on Demand, Norderstedt.
ISBN: 9783752856750

Translators foreword

This little booklet was originally written by **yared gebre mikael** and printed by **gazetana mastaweqiya** in Addis Ababa in the year 1947. **Yared gebre mikael** was His Imperial Majesty's royal chronicler and he wrote several books about the royal family.

Mezmure lidet, which means birth song or birth psalm, was written for the 55th birthday anniversary of **qedamawi khayle shelassé**, the Conquering Lion from the Tribe of Juda, Elect of **igziabher** and King of Kings of Ethiopia. It presents a poetic enumeration of the great deeds of the King of Kings from the time of his birth in **edyersa goro** as **lidj teferi mekonnen**, son of **ras teferi mekonnen** and **yeshimebet ali** in 1892, till his 55th birthday by then as King of Kings in 1947. Much of the book focusses on the terrible conflict with Mussolini's Italy that escalated in 1936, the true but untold start of World War II forewarned and prophesized by HIM with the words; *God and history will remember your judgment, if you do not bow before these accomplished facts. You have struck a match in Ethiopia, but it shall burn in Europe.* And the consequent victory and liberation of Ethiopia from the fascist invaders, so symbolic of the struggle of the entire African continent and small nations worldwide from that time even until now. HIM is portrayed in a heroic style as the liberator and defender of Ethiopia and her people, and a herald of world peace. But more than this the author speaks of HIM in what could be called messianic poetry. Using different allusions to biblical prophecy such as 'a male child was born, to his kin a ransom', invoking the prophesy of Isaiah 9:6 in the first part and using the Amharic **beza** which in the Kjv is translated as ransom or redemption in connection with the messiah(Luk.1:68), or more literal 'There was born a saviour from the chambers of David to save the country and visit the people', alluding to his descendancy of the house of David and the tribe of Judah and using the verb to visit (**gwebegne**) as used in scripture mainly in connection with the saviour and his dispensing salvation and judgment (Zech.10:3), HIM is portrayed as that King Messiah of David's seed that would sit on David's throne as King of Kings and Conquering Lion of Judah to save his people and even the world. The introduction of the book effectively begins stating HIS descendance from the Davidic house through the union of king Solomon and the queen of Sheba and their offspring Menelik the first. It is exactly this lineage that brought not only the messianic bloodline to Ethiopia but also the presence of the ark of the covenant both in spirit and in truth.

It was impossible for me to reflect all the poetic depth of the Amharic in a language such as English. However, I believe I have been able to create an understandable translation which does right to the fundamental meaning of the original. According to traditional Ethiopian style the sentences in the Amharic are grouped together ending in the same letter. I have tried to imitate this as much as possible where translation enabled me. As they form an integral part of the original text, dates are translated directly in the Ethiopian year, A. M. **amete mihiret**, year of grace, counting seven years before the common year. Any Ethiopic cited throughout the text is written, as is the Ethiopic, without capital letters. Only when an Ethiopic name or word opens a sentence I have left the capital letter of the English. Also, the abbreviation A.M. (**amete mihiret**) Is left in capital letters according to the English.

Throughout the book we find the use of the name **teql** in addressing HIM. **Teql**, the abbreviation of **aba teql,** is a special name called, **yeferes sim** or, horse name. This kind of name would be preserved for persons of great status as the King of Kings. This name **aba teql** can be understood as 'Father of All' As **aba** corresponds to father and **teql** is interpreted as all or all-compassing. In fact, this name was used during the conflict with Italy by the Ethiopian army as a password in order to identify each other. The question would be asked; to whom do you belong, and the answer would be; to **aba teql.** When asked what **teql** means the answer to be given was; power belongs to **igziabher, khayl ye'igziabher new.** A phrase perhaps inspired on Psa. 62:11 *igziabher hath spoken once; and I have heard this alone; power belongs to igziabher.*

Hermano Simeon

Introduction.

For the fifty-fifth anniversary of the birthday of our **girmawi n'gushe negesht qedamawi khayle shelase** who was born on the 16th of **hamlé** 1884 A.M. from the seed of king **sahle shelase** that came down from ancient times from **meñelik** the first who was born of **selomon** king of **iyerusalem** and the queen of **ityopya** called the Queen of **saba**, we present as a gift a short memorandum prepared in poetic style.

The good deeds that **girmawi n'gushe negesht** did for us and his country, are included in several history books. Therefore, since it is proper to preserve a remembrance for tomorrows' heroes of the works he regularly performed, we present, in understandable poetry, from the large to the small from the lengthy to the short, this song for his anniversary.

Because, while our fathers the Ethiopians prayed saying 'rouse thy strength for us and send us thy hand', that is, **ansh' khaylke fenu 'deke**, on this, the 16th of **hamlé,** (the) **amlak** who doesn't forget the supplication of his people, send us a victorious **n'gushe negesht** who developed his kin and wiped out his enemies, let us celebrate this illustrious birthday anniversary of the **n'gushe negesht** with the highest honour.

Especially, knowing the hard work with which **girmawi n'gushe negesht qedamawi khayle shelase** concerned himself, starting from the day he entered triumphantly in his capital city until now, moving around from one country to another and helping the trader through advice, the farmer with seed and the people with good administration, being conscious that the fruit obtained from labour provided by the trader toiling in trade, the soldier serving with bravery, and the farmer by tilling the soil, following the example of HIM **girmawinetachew,** will be enough for the country to advance and come out of tribulation, we ought not fall short in good will and earnest service.

Please! Let us, our consciousness being the judge, examine the good deeds and great works which are guides of civilization of our great leader **girmawi qedamawi khayle shelase**. And let examining alone not suffice, let us take them to heart.

For his birth year fifty-fifth
from the many to the few, a gift
a poetic story in every way
from **teql's** works day to day.

While the Ethiopians saying prayed;
rouse thy strength for us send us thy hand
behold it occurred as they begged.

A male child was born, to his kin a ransom
behold he saved us and pursued the enemy

from when he was the heir of the kingdom.
On the counted age of thirty.

The work he developed at that time
exalted his being.

Waking up early from year to year
a heartical prayer he presented to the creator

having started his work with patience.

While the heads of office presented themselves
clarifying his word, he answered let your work be done
he would be devoted to assigning through minute
investigation.
Clearing up the work then and there from the office
he was found able to judge with equity.

Till the seventh hour he would receive the people
that would say: straighten out the presented matter and give
us a reply.

While serving the people in this way
standing he would remain without getting weary.
Without missing a minute Monday and Tuesday
equally complete Wednesday and Thursday
Friday and Saturday even the free Sunday
he distributed the work share
to the departments of government everywhere.

Administering the people properly saying;
you dedicate yourself to this, and; you devote yourself to that
his burden was heavy, the yoke of the people's opinion
and moreover, on his mind besides that.
a task wider than the sea's horizon
the ways of politics thoroughly investigating
teql's head was working.

From all the works he did
his saving us is the deepest mystery.
However it may be, we seek a starting point, a short
memorandum not a long story,
a present we wrote for **hamlé** sixteenth.
Without leaving any out let us write one by one
to follow the leader, we must be strong.

Part 1.

In the year eighteen hundred eighty four
in the garden of **edyersa**, in the province of **harer**
on **hamlé** the sixteenth was born a saviour.
He grew in wisdom and became mature
he made patience and love his treasure.
You **edyersa goro** temperate place
be thou exalted and not diminished from the land of **efrata**
because in you was born the lord of freedom, **yenetsanet géta**
the barricade who defends his people.
There was born a saviour from the chambers of David
to save the country and visit the people.

Because while young in age he was mature in wisdom
as a leader the people desired him.

Named **dedyazmach** at the age of fourteen
he was a good leader his judgment keen.

In eighteenhundred ninety eight
on the thirteenth day in the time of **megabit**
while in rest was separated from us his famous father
as main portion for **teql** he chose **harer**.

In nineteenhundred and two the year
on the day called **yekatit** twentyfour
of all **harer** he became the governor.
By establishing principles and judging carefully,

lowering tax and showing mercy
harer was renewed again truly.

From ancient times the majestic seed that descended
from the loins of Solomon from the seat of David
glorified with the crown on his fathers' throne
behold starting to guide him a star of fortune.

In the year nineteenhundred and three
performed by law a holy matrimony
with **mikael mertul**, with **itege menen**

look and behold the garden of **harer**
she brought forth a great and victorious leader.

Harer edyersa goro, second paradise
through the tree of salvation found in thee
the world was healed and found life.

To the province of **harer** to the district of **edyersa**
peace we say every year in **hamlé**.

On **hamlé** sixteen the day of the covenant
a sign of peace a child was found.
In the rainbow in the sky of **hamlé**
the lord of freedom rose for us as the sun.

The sign given to Noah our father
the three colors on a sky clear
behold it is **teql** the covenant foundation
from the fascist curse He brought us liberation.

May praise be given you, lake of **aremaya**
by the will of **igziabher** you

after considering all options cruel
returned us the saviour of the world, the glory of **ityopya**
exceeding wide was the mouth of **aremaya**
as much as she saved she gave to **ityopya**.

May the good deeds of **harer** never be forgotten
brought out of aremaya out of the heat of tribulation
a leader in glorious preservation.

To **edyersa** that is in the province of **harer**
in our thoughts let us respect her
that her history may be forgotten never

the lake of **aremaya** has our gratitude
if she would have taken HIM what could have been done?

In nineteen hundred five the year
a happy day, day two of **tir**
golden spread, **tenagne werq** he first beget.

To bear many children all creation suffers
if He gives the Son of **amlak**, His only son will suffice.

To fulfil the prophesy that says a seed shall testify
for this world a grain of corn shall satisfy.

Just what he was looking for in his life
The good seed of **teql** behold **tenagne.**

In the year nineteen hundred and eight
on the day of joy **hamlé** twentieth
asfa wossen was born to us.

The cloud and rain of **hamlé**

brought forth fertility and fruit for the people.

Let us all rever
asfa wosen around **teql** a wide border
for he is a **teferi** authority of his father.

He that was a child in the time of **hamlé**
through the development of mind obtained from his father
to administer the people through discipline
he is the crown prince and heir to the throne.

In the year nineteen hundred nine
on the twentieth of **hamlé** in that rainy season
he produced the third, **zenebe werq,** golden rain.

In the year nineteen hundred twelve
day two of **tqmt** in the season of our flower.
He brought forth **tzehay** as the warmth of the sun

In the year nineteen hundred sixteen
the unchangeable day two of **tqmt** on
we rejoiced having been born the duke, **mekonnen**

the child we saw on the second of **hamlé**
was truly well proporcioned in every way.

In nineteen hundred twenty six
ginbot day five at noontime.

He was elected duke of **harer**
to administrate the ancient holy land
with law and justice.

Eastern **harer** good lot
may you be helped forever
abiding fearful in the name of the Son of God.

In the year nineteen hundred twenty three
at midnight **yekatit** day twenty
a prince was born an image of mercy
ululation, happiness and gun salvo
the multitude of happpiness once echoed
while still being a child in physical age
to make his mother, Ethiopia, proud of his knowledge
he was given to education separated from his father.
The slender juvenile, the juvenile prince
a leader of civilization, may you be great.

Yearning for his father and mom
He returned to bring wisdom.
May these six articles of government be
as tender plants to Ethiopia. While we
prayed, **zenebe werq** and **tsehay** passed away.
These two together lay
at **adis abeba** in rest.
To the others if god exist
may he give long life to them that remain.

Part 2.

...in today's time and age, the destiny of mankind is linked together with
upbringing and education...

a.abeba hamlé 16/'35 A.M.

ቀ:ኃ:ሥ

In the year nineteen hundred nine
he became crown prince and regent plenipotentiary
in the month of **meskerem** day seventeen.

While he was still a child
the spirit that rested on him
a new grace for Ethiopia.

In the year nineteen hundred nine
he started to set up the imperial bodyguard
to train our people in war.

In the year nineteen hundred sixteen
on **miyazya** seven the known day
he went to europe for the rights of the country.
To clear up her story before the world and history
proving the oneness of the country by works
for her to be a member of the league of nations.
Having made a covenant with the league of nations
he explained her history plainly and rightfully.
He declared ethiopia's right and glory
he signed the covenant affirmatively
having returned from there to cause his work to thrive
and while the people were thriving through knowledge and
civilization
ignorance was eradicated in a short time.
lgziabher made a perfect leader to give to us
being called **girmawi** he wears the crown.

In the year nineteen hundred twenty one
in the month of **meskerem** day twenty seven
not only the heavy yoke of
the crown but also our opinion
being set upon him
he strarted to render service
without even resting at night.
Taking great pains in concern and work
the law he established brought forth much fruit.

Part 3.

...Believing only in onesself is no attitude to be proud of. There is nothing more harmful to mankind then a wavering spirit, being blown left and right by the wind, driven by desire and without destination...

a.abeba yekatit 12/ 34 A.M.

ቀ፡ኃ፡ሠ

Within that year, in the time of **ginbot**
having chosen bishops from the country's erudites
he qualified them to receive the priesthood.
Nehase twelve of that year
swift as one that has wings and flies through the air
he imported the Air Force the eagle of teferi
in the year nineteen hundred twenty two
day twenty four at the time of **megabit**
his time came the throne to inherit
in the year nineteen hundred twenty three
in the year of **ts'ge** twenty second of **tqmt**
he set up a statue for the righteouss **meñelik.**

The following morning suddenly
tiqimt twenty three
the representatives from each country
beholding the glory of his crown, rejoiced greatly.
The seed of David, **teql**, the son of Solomon
rules through the royal anointing and proclamation.
In order to celebrate the day of coronation
they came by plane launched through the air
the half came by boat floating there.

Part 4.

...while you are working within the authority given you, may your hearts
never be separated from the knowledge of igziabher, and may you abound
in true judgment, benevolence and kindheartedness to lead this procedure
to a good end...

a, abeba tikimt 23/ 35 A.M.

ቀ፡ኃ፡ሥ

On day nine of **hamlé** in that year
to create a constitution for us his desire.
Thinking that we would benefit in his heart
so that the people would participate in power
he created a constitution as a work of art.
To repay gratitude and earnest work it is proper
to the lord who made us participants of power
in stead of being councilled, to be councelor.

In nineteen hundred twenty six
takhshas twenty four at the time of work.
He established the air phone that connects the world
to be connected with the people.

As a sign to the military leaders
he, having blessed it, gave them the banner of glory.
Then and there civilization arrived
before day or night passed custom decreased
then the eye of the enemy turned red
they picked a fight and started to tease
renewing the grudge that from **adwa** remained.

Part 5.

...our farmers that were plowing their field in peace, being strong and
zealous of their freedom, to prevent their land from falling in the hands of
the enemy, took up swords and spears with the same skills as they would
their ploughs. We did not wish to make war, however in case of war we
will rise up to stop the enemy,...

a. abeba meskerem 1/28 A.M.

ቀ፡ኃ፡ሠ

In nineteen hundred twenty seven
they came through clearly on her border with agression
walwal was swallowed up in the enemy invasion.

To obtain judgement by arbitration suposed he
saying yes sir may the league judge for me
before I reached they violated my border.

See and behold the italian violence
raiding the border of my country by force.

the King of Kings seeker of peace
asked for conciliation
saying; you kingdoms of the world judge for me.

The league for the time listened without hearing
they ignored the matter for war they were fearing.

However it may be war didnt tarry, it suddenly came
all over the world the walwal conflict gained fame.

The feared war arrived without delay
all of europe under bombs it lay.

The fate of war that befell us

befell all in the wink of an eye, in a moment.
Next week who will still be war's friend?

a word was heard
from the tongue of the creator
saying receive the fascist you ensnared.

Let's talk of the future let's leave this behind
the peril of war to all arrived
in the final victory peace was spread.

the arrogance of the italian Let us again call to mind
to measure the border judges having been send
to provoke a conflict by suprise they attacked.
The King of Kings, having seen this violence
proclaimed mobilization through his entire empire
having girded himself to defend freedom.
Our brave people living in each of the districts
yet without preparation or hearing the proclamation
it started to hurry, the italian invasion

Part 6.

...we will strive for peace till the end, but if our efforts and good
intentions fail to bear fruit, our consciousness will not blame us...

a.abeba meskerem 1/ 28 a. m.

ቀ፡ኃ፡ሥ

In the time of **meskerem** day thirteen
since **teql** saw that things werent working out
he resolutely fastened his gear.

saying
having come 1 am found amongst you

l your king shall never be separated from you
fight hard for your country.

According to his promise
to be found first on every war front.

On the primary battlefield
on the south side in the province of **walwal**
teql willingly prepared to inspect
what had been done and how the people were wounded.

On day nine of **hadar** war broke out
it was by airplanes called scout
they flew cruelly to intensify the war.
While all ask what happened there
from amongst the brave was killed **afewerq**.
Because **teql** was grieved for the murder of **afewerq**
standing at the place where he fell defending
having named him **dedyazmatch**
he placed a crown of flowers, a remembrance.
Having returned from there that same week
hadar eighteen at that time.
He went out to the main battlefield
that was shaking with the thunder of bombs
to defend the freedom of the country.

Part 7.

... unless mankind has freedom it is useless for him to live...

a. abeba sene 7/ 35 a. m.
ቀ:ኃ:ሥ

he traveled to the battlefield majestically
to help people, kin and country.
Teql's arrival the italians mistrusted
the thunder of bombs started.

Teql aimed and fired his machine gun
till the vultures where scattered before him, the italian.
The flame of war raged instantly
teql travelled to avenge the enemy.

Instead of being rear gaurd among them he entered
he started to sweep clean till his machine gun overheated.

When they saw they weren't succesful, the italian
they came by plain spraying poison.

No matter what the italians tried with poison and smoke
teql didnt want to operate from there.

The drops of venom and the clamour of bombs
started to descend without relief.
Our plan of war was annulled
our brave people were overcome by poison.

For The life of **teql** that is a ransom for us
not to remain on the battlefield useless
in the morning there had fallen from the nobles

and the priest untill the bishops.

My standing means life to you
may it be the will of **amlak** I will act for you
therefore go in to your country you.
While saying this by compasion burned
making the people to follow **teql** returned

then and there he gave a special command
saddened at heart to separate and discontent

untill I bring back help for thee
brave men of my country fight the enemy
take heart! Defend, dont let hope flee.

These words written in their hearts to ever remind
from hurling himself at the enemy no one stayed behind
untill the last fell in the woods
hacked up with spades and picks
their throat cut with a kitchen knive
behold today's fame spread worldwide

the soldier with his gun, the farmer with his plough
the merchant with his measuring rod

the writer with his pen and the priest with his prayer stick
came out to defend Ethiopia.

The brave young men of the country
even the river said dont go over hey!
the trees and thorny bushes blocked the way
all together they charged the enemy.

Part 8.

...because our people were being exterminated with weapons banned by international law, with smoke gas, we went to proclaim this to the nations of the world and to receive justice...

a. abeba miyazya 27/ 33 A.M.
ቅ:ጎ:ሥ

on the known day of **miyazya** twenty four
to seek resurection and salvation his people for
to europe in exile **teql** headed toward

from the people and the country he loved
he was greatly saddened to be separated
while his body seemed distant to us
the solidarity of his work was with us

separated from our life for a little while
the wild animals started to scramble
especially the jackalls
as he entered europe in a wink
he uttered his cry to the nations
the attack on the country the violence that befell us.

The league, knowing the past injustice
as usual a hearing they granted
because war they all feared.

Tomorrow today in the course of the hearing
with vexation worhty of death
the body of **teql** fell ill.

The life that from the battle field was saved
his body being weak, recovering from
illness being inclined for his freedom

if **teql** in exile remained
what shall be of this whole creation?

Being as it may when he presented his cry
he swiftly obtained an answer from the creator
I have waited for you untill now
speak to me words of hope
with which to return to my people.
he abruptly asked the entire league.
This your judgment of todays matter
history and **igziabher** will remember
to the league he openly spoke
while the mystery of their opinion was resolved.

Part 9.

...since it was impossible to think the problem of ethiopia was of herself
alone, I placed great hope on the nations of the world...

a.abeba tir 12/ 37 A.M.

ቀ:ኃ:ሥ

In nineteenhundred thirtytwo
in the month of **sene** day ten
the desired answer was presented.
Politics lingered, Geneva wavered
having erred war entered.

Teql girded himself and entered the battlefield
the assembly was overcome war exploded
each started to think of his own band
amlak sought a reason to help
to give the italians a piece of their own

the italians received their reward early
then **teql** assisted destiny

saying thus broadcasted on the radio
to the people that he loved and longed for.
This voice that you hear from far
know that it is I your king.
Then and there as soon as they heard this voice
who ever was saddened did greatly rejoice.
Desiring the day to fly by wing
and again dwell together reunited with their king.

Tir day twelve, having arrived at omedla
he again displayed the flag to us.
The bell of freedom sounded at once
beginning from **omedla** to **adis abeba**.
While **teql** appeared and scouted the batlle
the italians were forced to retreat by night.
Megabit twenty one at sixty three
he arrived to **debre marcos** in a wink.
Having given his praise to the people he longed for
he reminded them to work together.
stop calling each other collaborator
united in love to help the country
gathered in unity, he explained widely.

Having established the commandment that unites us
be united in love to not take revenge

from the following battle together with our flag
He led the journey to the Capital.

The patriots from the woods the refugees from the forest
hearing the good news that arrived through the air
they girded themselves to enter the holy land
through the guidance of **teql** powerful and majestic

miyazya twenty seven Monday at noon.
our **adis abeba** with the patriots.

blossoming with her flag resplendent
whom you awaited with longing beyond measure.

Teql powerful and majestic arrived
while ullulating clapping and trumpets sounded.

Staring and seeing the king of kings
seeing the flag were stirred up feelings.
The people started to cry
being overwhelmed with joy.

Part 10.

...that which we seek to say and explain to all of you first, is that this day
is the key of a new story for the new Ethiopia. In this new era all of you
will have to start to fulfil new tasks...

a. abeba miyazya 27/ 33 A.M.

ቀ:ኅ:ሥ

When he majestically arrived to his Palace
a proclamation of freedom
was heard with the words of a victor
erected in her place her flag was displayed.
To the people he loved and longed for
in words saying thus he fortwith explained.

<< my being found among you >>
<< in a time nor the angels of heaven, nor the army of earth >>
<< could neither know nor consider >>
<< thanks and praise uttered by the tongue of man >>
<< is unsufficient, for this marvellous history >>

<< That which I wish to speak to you now >>
<< is that this time and day >>
<< are the key to the story of a new era >>
<< in this new year in this new time >>
<< you will have to carry out a new task >>

(saying thus) he established the work direction.
And not this alone he commanded us
a strict command he made us fulfill
do not return evil to the evil doer
be cooperative to your ability.

Glory and praise to **igziabher**
the fascist curse, the yoke of slavery
he destroyed, and gave their due.

Part II.

..let us not withhold our mercy and goodness to all loyal ethiopians who
love and sincerely serve their country and dwell in the shadow of our flag,
you must know that in the future the foundation of non discrimination is
that with which we shall work...

gwedyam megabit 21/ 33 A.M.

ቀ:ኃ:ሥ

As he said to us, the work I will be doing
before cooling down or resting
the broken houses he started rebuilding.

Without time off in the coming months
he rightfully established the people's belongings

Ginbot day seven that year

he selected and handed over seven minister
to help us as work leader.

in that week **ginbot** nineteen
the wounded and hurting
he visited and gave medicine.

In thirty three the year of freedom
the day freedom entered twenty four of **ginbot**
ambon and **gedon** he desired to visit.
In that year and in that week
Debre sina and **debre berhan**
he went and informed them of his advent.

Forthwith in the month **sene** thirty three
without taking heed to fatigue nor resting a little
he headed for **jimma** to visit the people.

Part 12.

...this statue unites the name and story of his holyness abune petros. As
He said you are the foundation and on your foundation I will build the
church, lets regard the memorial of his holyness abune petros that we set
up as the first of monuments that we will establish in the future for those
ethiopians that sacrificed themselves for their country...

a. abeba hamlé 22/33 A.M.

ቀ፡ኃ፡ሥ

That year **hamlé** twenty two
a memorial his first work to do
for **abune petros** he set up a statue.

In nineteen hundred thirty four the year
the eleventh day of **hader**
he visited **dire dawa** and **harer**

within that year **tir** two twenty
he signed for us the **walwal** treaty
to build up our fallen properties quickly.

may it not be forgotten, the violence of **yekatit**
let us write and enumerate from the small to the great
however hard and difficult.

So that the future generations won't forget
behold in this picture what the enemy did.

That year **miyazya** twenty seven
what the statue of **meñelik** had been
he presented to us restored and set up again.

May the memorial of the country blotted out not be
nor again led captive the body of history
rather may it be known the boldness of italy

Part 13.

... freedom is your common treasure and each of you should know
freedom is to give a share of freedom to others...

a. abeba yekatit 12/ 34 A.M.

ቀ፡ኃ፡ሥ

In the month of **yekatit** day twelve
in the year nineteen hundred thirty four he
set up a monument for those that perished in the atrocity.
In thirty five, **tikimt** twenty three
the senate and the chamber of deputies
he set up again in good order for us.
Year thirty five on **sene** day five

he gave a dinner to our guests with love
those who were exiled and dispersed in Greece.
On **sene** day seven of that year
the day of covenant with the kingdoms of the world
was honored wih a parade by the army.

On **hamlé** sixteen of thirty six.
Thinking to develop a school
so they might obtain progress and education through
schooling
he gave to the youths a high degree.

Part 14.

...those that have their story carved on this stele have done great historical
deeds to be passed on from generation to generation...

a. abeba miyazya 27/ 36 A.M.

ቀ:ኃ:ሥ

thirty six, twenty three of **tikimt**
because of our freedom he set up a monument.
On the monument of freedom on an elevated spot
because of the goodness for the glory of their country they did
behold the slain are written down in line.
On the first side the pillar of freedom
with the flag treading victorious
behold it clearly shows us **teql**
not for us alone, for the coming generation.

Thirty six, day seven of **tir**
to raise in glory the remains of the martyr.
The fallen remains in the woods in the cliffs
having called saying wake ye with the bell of glory
we saw them wearing the crown of history.

Those that were scattered in the woods and the cliffs
, through the miracle **teql** wrought through his advent.
Bones arose resurection to glory
clothed in their glorious history.

Part 15.

...the person that has good and earnest thoughts, studies history and
unites knowledge with reason can be a good servant for the future and
the destiny of our country...

a. abeba 27/ 36 A.M.

ቀ:ኃ:ሥ

Miyazya twenty seven of the year we mentioned
the idea of having a library for us constructed.
For Civilization to thrive and wisdom to be studied
full knowledge to be obtained and perceived
a library for the people he established.

In nineteen hundred thirty six
to visit **gwedyam** with all-out kindness
he went again on **ginbot** twenty four.

When it was **pagume** day six towards
the evening hearing the defeat of the italians
he offered praise and joy to the Lord of the mighties.

The people of ethiopia is of good reputation and respectfull
amlak showed them the the enemy's fall
at a time not thought of or expected at all.

Tir day seven, thirty seven
to pay gratitude to those in the atrocities fallen
on the day of **mikael** in the season of **yekatit**

31

he set up a permanent monument
with hoe and shovel on the ground the fallen bones
being assembled entered in the altar of hosts.
So that the historical life is renewed
their name and story in stone being carved
tir day twelve in that season
he desired to have a celebration for decoration.
To pay gratitude to the brave servant
for his war a reward deservant.
he handed out medals
to be a sign for the brave servants.

At that time those that worked received their reward
those that didn't work wished they had.

Yekatit day seven thirty seven
in that time of war and tribulation
when the sea ships were barred
to the appointment given him he rapidly marched forward
to have a meeting forthwith with Roosevelt in Cairo.

Without diminishing the former works in word
he met again with mister churchill
to approve a treaty and closely validate.
The chart set up without discriminating the small nor the
great
so that human rights would not be abated.

Megabit twenty one in that year
to amerika he send messengers
to the San Francisco conference.

Right after in that month on the twenty second
to visit **sidamo** and delight the people

the King of Kings in glory traveled
on **miyazya** day five of that year
was known the death of the president
the great leader of Amerika, Roosevelt.

When she heard this leader was dead
Ethiopia was the first of all to be sorrow and sad.

Having named (him) **dedyazmach,** to him who saw
he arrived majestically and powerful at **sidamo.**

The King of Kings being in **sidamo**
when the news of his death reached him quickly
he stayed there a long time being saddened greatly

miyazya day thirty in thirty seven
the defeat of the italian and german
was honored by parade with HIM assisting on the throne

Part 16.

..., the italian chief of command who yesterday at the battle of maychew
was saying, from here onward all we have to do is drive them out and
there will be no more war between us, today seems to have been speaking
in anticipation of what would happen...

a.abeba pagumen 6/37 A.M.

ቀ:ኃ:ሥ

From the words **teql** spoke on that day
to he who understands
either qualifies to be noted
behold we cite in short from his words.

Saying
<< Moreover, hadn't peace been restored >>
<< the only benefit to be obtained from war >>

33

<< however great, is not at all >>
<< to be called a victory of peace >>
<< it isn't to withstand war by force >>
<< it is, to fullfil the plan through which >>
<< war whether spiritual or phisical >>
<< is erased from all humanity's lips >>
he spoke to the whole world.

Ginbot twentyseven, thirty seven
he send to canada, to gain erudition
the educated from among the youths of the country.
On **sene** seventeen of that year
he went to visit the province of **arusi**.
On **hamlé** sixteen, thirty seven
on the blessed day of his birth.
For us to develop and prosper
he issued us a note of freedom by proclamation.
Nehase day nine of that year
the creator announced us the defeat of Japan.
Being at that time in his palace
of the words spoken by the King of Kings
let there be peace was the main essence.
If peace succeeds, war being eradicated
human rights would be unabridged.
If luxury and politics arent eradicated from the world
neither can the assembly of peace succeed.
Nehase nineteen in the rainy season
the King of Kings not wanting rest
chose **adama** to be **nazret**.
The wonders he performed entering **nazret**
were without end written to shortly underline.

Part 17.

...that what we wish for in the remain of our life is to find oportunity
to gather the scattered lands and peoples to their mother Ethiopia...
a. abeba meskerem 17/ 38 A.M.
ቀ:ኃ:ሥ

Meskerem dawned while conciliation started
a statement short not abundant he send
to regain by justice the ancient land.
On day sixteen of that month
the people in the province of Eritrea
presenting a petition with a long prayer
the elders the young, men and women together
they presented their plea to the kingdoms of the world
to not be left all alone to a foreign tyrant
saying **ityopya** our mother from times ancient.

Short after, eighteen of the month of **meskerem**
being in a demonstration in the league
those of **benadir** requested union
to not be separated from the ancient glory.
Again in the month **tikimt** twenty two
having chosen five children for education
he send them of to gain higher knowledge
yekatit day nine, in thirty eight
he inspected **dyimma** again.

Part 18.

The month of **yekatit** of that year
he started to set up a school
for the major high school
for the students and also the teachers
furthermore he laid the cornerstone of work.
Afterwards on the morning he went without yawning
a hygenic and clean dwelling
for students and teachers.
For a school near **gulele**
he cast the foundation, the corner stone.
Miyazya day fifteen of that year
to the soldiers standing in line
he gave the plan of his vision
so they will follow it to the end.
Miyazya day nineteen of that year
so that the clergy would gain wealth and authority
he made for us a selection of bishops
from the wise of the country.
On **miyazya** twenty one, thirty eight
visiting at the fifth hour the garden
to be a sign for the cadet
he handed them a token of distinction

on **hamlé** sixteen, thirty eight
on the great holiday the day of birth
out of nowhere he raised the statue of **petros**
petros, the perfection of martyrs
stands on the patriots road to sanctify.
So that the people's debt doesn't remain in vain

36

may **teql** live forever.

...When we ask you to remember all the things, both former and present,
we added to your lifes while we were your leader, its not for you to be as
a copy of a book...

a.abeba hamlé 16/ 34 A.M.

ቀ:ኃ:ሥ

Behold a poetic story
from an orphan brought up by your hand.

yared gebre mikael.

...you young ones, wathever may be the skills given to you, know that by
working hard you can attain great knowledge...

a. abeba hamlé 16/ 35 A.M.

ቀ:ኌ:ሡ

Q- To those who are youths in this new time,
verily verily I say to you.

If you in your new work or study
haven't been born of the second birth
you won't be able to inherit succes or fortune.

A- We have been born and have matured
how can we trodding by foot
enter again in our mothers belly to fulfil this.

Q- to enter in to your mothers belly i didn't send you
to toil to be born i didn't tell you. In your life
to reborn yourself to a historical work forever
is this words' interpretation

A- Untill you didn't explain it clearly in open words
it didn't enter deeply in our heart.

for certain when an animal is born
he is yoked and burdened
being hurt working to feed creation
then he shall eat being sacrificed again
while feeding eating grass

Q- The animals weren't made in the image of the son of man
man is endowed with reason and a high position
if you compare animals with humans

39

you fall far short of the rank of reason.
How all of creation found on earth
starting from the the animals to wild beasts
from the stones to the shrubs and the dirt,
Is given to serve the sons of adam in all
let us consider the book.

Gen. Ch.1 v. 28

merha tbeb 19/10/38 number 1084

መዝሙረ ልደት ።

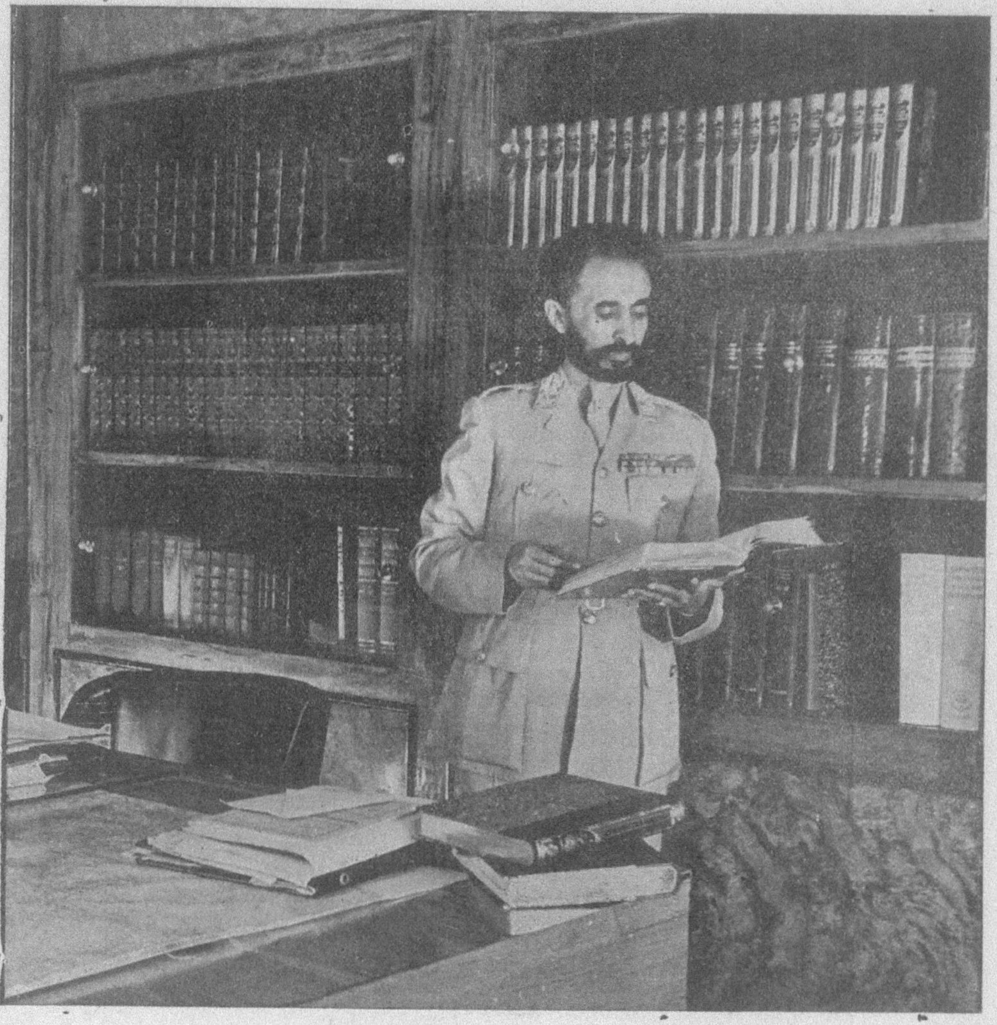

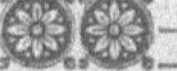

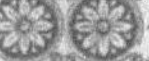

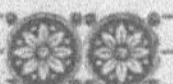

« የዛሬውን የልደቴን በዓል ስትጠባበቁት በነበረው በኢትዮጵያ ልደት እለውጠዋለሁ ። » ሐምሌ ፲፮ ፴፫ ዓ ም ።
ቀ ኃ ሥ

ለ፶፫ኛው የግርማዊ ንጉሠ ነገሥት ቀዳማዊ ኃይለ ሥላሴ ልደት በዓል መታሰቢያ ፤

ከያሬድ ገብረ ሚካኤል ተሰናድቶ ፤

ከጋዜጣና ማስታወቂያ ታተመ ።

አዲስ አበባ ሐምሌ ፲፮ ቀን ፲፱፻፴፯ ዓ ም ።

መግቢያ ፨

ከኢየሩሳሌም ንጉሥ ከሰሎሞንና ፣ ንግሥተ ሳባ ከተባለችው ከኢትዮጵያ ንግሥት ከተወለ ደው ከቀዳማዊ ምልኒክ ተያይዞ ከመጣው ከንጉሥ ሣህለ ሥላሴ ዘር ፣ በ፲፰፻፶፮ ዓ. ም. ሐምሌ ፲፮ ቀን የተወለደውን የግርማዊ ንጉሠ ነገሥታችንን የቀዳማዊ ኃይለ ሥላሴን የ፸፭ኛውን ዓመት የልደት በዓል ምክንያት በማድረግ በገጥም ስልት የተዘጋጀ አጭር ማስታወሻ እናበረክታለን ፨

ግርማዊ ንጉሠ ነገሥት ለኛና ለሀገራችው የሠሩልን ውለታዎች ፣ ብዙዎቹ ሰፈውን የታሪክ አምድ ይዘውት ይኖራሉ ፨ ስለዚህ በየጊዜው ስለፈጸሟቸው ሥራዎች ለነገው በለታሪክ ማስታ ወሻ ማቆዮት የሚገባ በመሆኑ ፣ ለሰሚ በሚሪዳ ስልት ክብዙ በጥቂቱ ከረጅሙ በጭሩ ይሆን መዝ ሙር ለበዓሉ በረከት አቅርበናል ፨

አበቶቻችን ኢትዮጵያውያን ኃይልህን አስነሣልን እጅህን ላክልን ማለት « እንሥእ ኃይ ለከ ፈኑ እዴከ » እያሉ ሲጸልዩ ኖረው ፣ በዚች በሐምሌ ፲፮ ቀን የሕዝቡን ልመና የማይዘነጋ አምላክ ወገኖቻ የሚያፈሩ ጠላቶቻን የሚያጠፉ ባለዕድል ንጉሠ ነገሥት ስለሰጠን ይህን የገናና ውን የንጉሠ ነገሥት የልደት በዓል ከፍ ባለ ክብር እናክብረዋለን ፨

ይልቁንም ግርማዊ ንጉሠ ነገሥት ቀዳማዊ ኃይለ ሥላሴ በድል አድራጊነት ወደመናገሻ ከተማቸው ከገቡበት ቀን ጀምሮ እስካሁን ድረስ ከንዱ አገር ወዳንዱ አገር በመዘዋወርና ነጋዴን በምክር ፣ ገበሬን በዘር ፣ ሕዝቡን በመልካም አስተዳደር ሲረዱ ፣ የሚደክሙትን ድካም አውቀን የግር ማዊነታቸውን አርኣያ በመከተል ነጋዴ ፣ በንግዱ ፣ ወታደር በጅብዱ ፣ ገበሬ በሁዳዱ ሠርቶ ደክሞ የሚ ያስገኘው የሥራ ፍሬ ፣ ለሀገር መርጃ ፣ ለቻግር ማስወገጃ በቂ መሆኑ ሕሊናችን ሲያውቀው ከበነ ፈቃድና ከቃን አገልግሎት ወደኋላ ማለት አይገባንም ፨

እስኪ ልቡናችንን ዳኛ አድርገን የታላቁ መሪያችንን የግርማዊ ቀዳማዊ ኃይለ ሥላሴን ልዩ ልዩ የሆኑትን የበነ አድራጊነትና የሥልጣኔ መሪዎች የሆኑትን ታላላቅ ሥራዎች እንመርምር፣ መመርመር ብቻ አይበቃም ፣ ልብ እናድርግ ፨

* * *

ለሀምሳ አምስተኛው ዘመነ ልደቱ
የሚሆን በረከት ክብዙ በጥቂቱ
እነሆ የግጥም ታሪክ በየስልቱ
ከጠቅ ሥራዎች ከየዕለታቱ ፨

ኃይልህን አስነሣ እጅህን ላክልን
ብለን ስንጸልይ ኢትዮጵያውያን
እንደተመኘነው ይኸው ተገኘልን ፨

ለወገኑ ቤዛ ሕፃን ልጅ ተወልዶ
እነሆ ታደገን ጠላትን አሳዶ
ከሆን ጀምሮ ወራሴ መንግሥት ፨

በቆጠርነው ዕድሜ በወላጋ ዓመት ፨

የወለደው ሥራ በዚሁ ዘመኑ
ክፉ ብሎ ይታያል አካለ መጠኑ ።

ማለዳ ተነሥቶ ከመት እስከመት
ለሪጣሪ አቅርቦ ልባዊ ጸሎት

ሥራ ይጀምራል ሁና በትዕግሥት ።
የየመሥሪያ ቤቱ መሪዎች በተራ
ሲያቀርቡ በጽሕፈት የሠራትን ሥራ
ይደረግ በሚል መልስ ቃሉን እያጣራ

ሲያደላድል ይውላል በረቂቅ ምርመራ ።
ወዲያው ከጽሕፈት ቤት ሥራውን አጣርቶ
ከችሎት ይገኛል ለመፍረድ እቃንቶ ።

ከዚያም ባለጉዳይ የቀረበለትን
ይሰጠው እያለ እያቃና መልሱን
እስክ ሰባት ስዓት ይቀበላል ሕዝቡን

እንዲህ ባለው ሥራ ሕዝቡን ሲያገለግል
ቆሞ ይውላል እንጂ ዶከመኛም አይል ።
ሰኞና ማክሰኞ ዴቂቃ ሳይጉድል
ረቡና ሐሙስ ሁሉም በትክክል
ዓርብና ቅዳሜ የእሑድ እንኳ በዓል
በመላው አላቸው የየሥራ ክፍል
ለየመሥሪያ ቤቶች ሁሉም ታድለዋል ።

አንተ በዚህ ውለህ አንተ በዚህ እደር
ብሎ በሥርዓቱ ሕዝብን ማስተዳደር
ሸክም ከባድ ሲሆን የሕዝብ አሳብ ቀንበር
ደግሞም ከዚህ ሌላ በሕሊና መብረር ።
ረቂቅ ከሆነው በዚህ ዓለም በሕር
ፖሊቲካ ስልቱን ጠልቆ ለመመርመር
የጠቅል ራስ ነው ሲሠራ የሚናር ።

ተወልዶ ከሠራው ከሥራ ዝርዝሩ
እኛን ያዳነበት ይረቃል ምሥጢሩ ።

በዚያም በዚያም ሆነ ስንፈልግ መነሻ
ሰሪ ታሪክ ሳይሆን አጭር ማስታወሻ
ለሐምሌ እስራ ስድስት ጽፈናል እጅ መንሻ ።

ይህ ቀረ ሳይባል ለመጻፍ ዘርዝሮ
መሪውን መከተል ያሻናል ጠንክሮ ።

ክፍል ፭ ።

«ከትልቅ ወይም ከትንሽ መወለድ ሙያ አይደለም ። ›

«ራስን ለታላቅ ታሪክ መውለድ ግን ሙያ ነው ። ›

እ አበባ ሚያዝያ ፳፯|፲፱፻
ቀ.ኃ.ሥ.

በሥራ ስምንት መቶ ሰማኒያ አራት ዓመት
በሐረር አውራጃ በኤጀርሳ ገነት
መድኅን ተወለደ በሐምሌ አሥራ ስድስት ።
በጥበብ ጉልምስ በጥበብ አደገ
ትዕግሥትና ፍቅርን ፣ ገንዘብ አደረገ ።
አንቺ ኤጀርሳ ጉሮ ወይና ደጋ ቦታ
ብትበልጭ እንጂ አታንሺም ከምድረ ኤፍራታ
ባንች ተወልዴልና የነፃነት ጌታ
ሕዝቡን የሚጠብቅ የሚሆን መከታ ።

አገሩን ሊታደግ ሕዝቡን ሊጉበኝ
መድኅን ተወለደ ከዳዊት ዕልፍኝ ።

በዕድሜ ሕፃን ሳለ በዕውቀት ስላደገ
እንዲሆነው መሪ ሕዝቡ እሱን ፈለገ ።

በአሥራ አራት ዓመቱ ደጃዝማች ተብሎ
መልካም መሪ ሆነ በፍርድ አስተካክሎ ።

በአሥራ ስምንት መቶ በዘጠና ስምንት
በወርኅ መጋቢት በአሥራ ሦስት ዕለት
ስመ ጥሩ አባቱ ሲለየን በዕረፍት
ሐረርን ለጠቅል ዕድ ፱ መረጣት ።

በአሥራ ዘጠኝ መቶ ሁለት ዘመን
የካቲት ሐያ አራት በተባለው ቀን
ጠቅላይ ገዥ ሆነ መላ ሐረርን ።

ፍርድን በመጠንቀቅ ደንብን በመሥራት
ግብርን በማቃለል በማድረግ ምሕረት
ሐረር እንደገና ታደሰች በወነት ።

ከሰሎሞን አብራክ ከዳዊት መንበር
ሲያያዝ የመጣው ሉዓላዊው ዘር
ባያቶቹ ዘፉን በዘውዱ እንዲከብር
እነሆ ዕድል ከከብ ይመራው ጀመር ።

በሺ ዘጠኝ መቶ ሦስት ዘመን
በሕግ ፈጸመ ቅዱስ ጋብቻን
ከሚካኤል መርጡል ክእቴጌ መነን

ታላቅ የድል መሪ ያስገኘችውን
እነሆ ተመልክት ሐረር ገንጒን ።

ሐረር ጀርሳ ጉሮ ዳግማዊት ገነት
ክንቺ በተገኘው ዕፀ መድኃኒት
ዓለም ተፈወሰ እገኘ ሕይወት ።
ለሐረር እውራጃ ለጀርሳ ቀበሌ
ሰላም እንላለን በያመቱ ሐምሌ ።
በሐምሌ አስራ ስድስት ዕለተ ኪዳን
የሰላም ምልክት ተገኘ ሕፃን ።
በቀስተ ዳመና በሐምሌ ሰማይ
የነፃነት ጌታ ወጣልን ፀሐይ ።
ላባታችን ለኖን የሰፀው ምልክት
በጠራ ሰማይ ላይ ሃስቱን ቀለማት
እነሆ ጠቅል ነው የኪዳን መሠረት
ከፋሽስት መርገም ያወጣ ነፃነት ።

ምስጋና ይድረስህ ያረማያ ባሕር
ያለሙን መድኃኒት የኢትዮጵያን ክብር
ለሆድህ ሳትሳሳ ጨክነህ ሳታስቀር
መልሰህ ስጠኸን በፈቃደ እግዚአብሔር
እጅግ ሰፊ ነበር ሆዱ ያረማያ
አትርፎ እንዴት ሰጠ ለኢትዮጵያ ።

አይረሳም ከቶ የሐረር ወለታ
ከመከራ ሐሩር ካረማያ አውጥታ
መሪ ለሰጠችን በክብር አቆይታ ።

በሐረር አውራጃ ላለቸው ኤጀርሣ
በአብራክ ሕሊና ሁነን እጅ እንነሣ
ምንጊዜም ለትውልድ ታሪኳ አይረሳ

በለውለታ ነው ያረማያ ባሕር
ወስዶ አላየሁም ቢል ግን ያዘው ነበር

በስራ ዘጣኝ መቶ እምስት ዘመን
ጥር ሁለት ቀን የታደለች ቀን
መጀመሪያ እፈራ ተነኘ ወርቅን ።

ብዙ ልጅ ለመውለድ ፍጥረት ይጨነቃል
ወልደ እምላክ ከሰጠ እንዱ ልጅ ይበቃል ።

ዘር ይመስክር ያለወ፡ ትንቢቱ ሊፈጸም
እንዱ ቅንጣት ፍሬ በቃ ለዚህ ዓለም ።

ቃነው በሕይወቱ ቀድሞ እንደተመነ
የጠቀል መልካም ዘር እነሀ ተናኝ ።

በእስራ ዘጠኝ መቶ በስምንት ዓመት
በሐምሌ ሐያ ቀን ዕለተ ትፍሥሕት
እስፉ ወሰን ልኛ የተገኘበት ።

የሐምሌ ዳመና የሐምሌ ዝናብ
ልምላሜ ከፍሬ አስገኘ ለሕዝብ ።

ታፍረን እንድንኖር እኛ ሁላችን
እስፉ ወሰን ጠቅል ዙሪያ ድንበሩን
ተፈሪ ነውና ያባትህ ሥልጣን ።

ሕፃን የነበረው በሐምሌ ወራት
ከባቱ በገነው የአእምሮ እድገት
ሕዝቡን ሊያስተዳድር በሥነ ሥርዓት
እልጋ ወራሽ ሆነ ወራሴ መንግሥት ።

በስራ ዘጠኝ መቶ ዘጠኝ ዘመን
በዚያ በክረምቱ ሐምሌ ሐያ ቀን
ሞስተኛ እፈራ ዘነበ ወርቅን ።

ባስራ ዘጠኝ መቶ አስራ ሁለት ዓመት
ጥቅምት ሁለት ቀን ባበባችን ወራት ።
ፀሐይን አስገኘ እንድትሆነን ሙቀት ።

በአስራ ዘጠኝ መቶ አስራ ስድስት ዘመን
በማይለወጠው ጥቅምት ሁለት ቀን
መኰንን ተወልዶ እኛንም ደስ አለን

በጥቅምት ሁለት ቀን ያየነው ሕጻን
በዕውቀት ተደላድሎ በአካለ መጠን ።

በአሥራ ዘጠኝ መቶ በሐያ ስድስት
በግንቦት እምስት ቀን ስንተ መዓልት ።

ተብሎ ተሾመ መስፍን ሐረር
በፍርድና በሕግ እንዲያስተዳድር
የተቀደሰውን ጥንታዊ ሀገር ።

ምሥራቃዊት ሐረር ዕድለ መልካም
ረድኤት ሳታጣ እስከ ዘላለም
ታፍራ ትኖራለች በወልደ እምላክ ስም ።

በስራ ዘጠኝ መቶ ሐያ ሦስት ዓመት
የካቲት ሐያ ቀን በመንፈቅ ሌሊት
መስፍን ተወለደ ሣህል ሆነ ምሕረት
ዕልልታና ደስታ የጠመንጃ ርችት
እንድ ጊዜ አስተጋባ የደስታው ብዛት
ገና ሕፃን ሲሆን ባዕድ᎐ሜ ሰውነቱ
በዕውቀቱ እንድትኩራ ኢትዮጵያ እናቱ
ለትምህርት አድልቶ ተለየ ከባቱ ፨
የወጣት ረቂቅ የወጣት መስፍን
የሥልጣኔ መሪ አቤቶ እንተ ሁን ፨

የናትና አባቱን ናፍቆት ሳይወጣ
ተመልሶ ሔዴል ጥበብን ሊያመጣ ።
እነዚህ ስድስቱ አዕፁቀ መንግሥት
ለኢትዮጵያ ይሁኑላት እትክልት ።
እያልን ስንመኝ በአሳባችን ሁሉ
ዘነበ ወርቅና ፀሐይ አጉዴሉ ።
እነዚህ ሁለቱ አንድነት መክረው
አዲስ አበባ ላይ ይኖራሉ አርፈው ።
እኛ ያልነው ቀርቶ እምላክ ያለው ሲሆን
ረጅሙን ዕድሜ ለቀሩት ይስጥልን ።

ክፍል ፱ ።

«. . . . የሰውም ዕድል በዛሬው ዘመን ከአስተዳደሩና ከትምህርቱ ጋራ የተያያዘ ነው . . . . »
እ አበባ ሕምሌ ፲፰|፴፭ ዓ-ም

ቀጋም

እሥራ ዘጠኝ መቶ ዘጠኝ ዓመት ሲሆን
አልጋ ወራሹ ሆነ ባለሙሉ ሥልጣን
በወርኅ መስከረም ባሥራ ሰባት ቀን ።
ገና ሕፃን ሳለ ያደረበት መንፈስ
ለኢትዮጵያ ሆናት አዲስ ሞገስ ።

ባሥራዘጠኝ መቶ ዘጠኝ ዘመን
ሕዝባችን በጦር ሠልፍ እንዲሠለጥን
ማቋቋም ጀመረ ክብር ዘበኛን ።

በሥራዘጠኝ መቶ እሥራስድስት ዓመት
ሚያዝያ ሰባት ቀን በታወቀው ዕለት
እስካውሮፓ ሔዶ ስላገራ መብት ።
ታሪኻን በታሪክ ባለም ፊት ሊያጣራ
ማናበርተኛ እንድትሆን አገሩ በሥራ
እንድነቷን ሊያጸድቅ ከመንግሥታት ጋራ ።
ከመንግሥታት ማናበር ቃል ኪዳን አጋብቶ
ታሪኻን በኮልህ በሕግ አስረድቶ ።
የኢትዮጵያን ክብር መብት አስታወቀ
ኪዳኑንም በውል በፈርማ አጸደቀ
ከዚያ ተመልሶ ሥራውን ሊያስፋፉ
ሕዝቡም በሥልጣኔ በዕውቀት እየፋፉ
በጥቂት ጊዜ ውስጥ ድንቀርና ጠፋ ።

ፍጹም መሪ አድርጎ እግዚአብሔር ሊሰጠን
ግርማዊ ተብሎ ተቀዳጀ ዘውዱን ።

በእሥራዘጠኝ መቶ ሐያ አንድ ዘመን
በወርኅ መስከረም በሐያ ሰባት ቀን
ዘውዱ ብቻ ሳይሆን አሳባችን ጥምር
በላዩ ተጭነ ሁና ከባድ ቀንበር
ሌሊት እንኳ ሳያርፍ ያገለግል ጀመር ።
እንደዚህ ተጨንቆ በሐሳብ በሥራ
የተከለው ሕጉ ብዙ ፍሬ አፈራ ።

ክፍል ፫ ።

«. . . እኔ ፤ ወይም ለእኔ በሚባል እምነት የተደገፈ ፈቃድ ፣ ክፉ ባስ እስተያየት የሚገመት ነገር አይደለም ። ነፍስ ግራና ቀኝ ከሚያናጋው ወረትና ለፈቃድ የመታዘዝ እምሮት ከሚገፋው መዳረሻ ከጣ መንፈስ የበለጠ ፤ ለሰው ልጅ የሚጉዳ ነገር የለም . . . »

አ አበባ የካቲት ፲፱| ፷፱ ዓ ም
ቀ ሃ ሥ

በዚሁ ዘመን ውስጥ በግንቦት ወራት
ከገሩ መምህራን መርጦ ጽጻሳት
ለማደል እዐቀን ሦልጠን ክህነት ።
ነሐሴ አሥራሁለት በዚሁ ዘመን
በሰግይ የሚበር ክንፍ ያለው ፈጣን
የአየር ኃይል አስመጣ ንስረ ተፈረን
በሥራዘጠኝ መቶ ሐያ ሁለት ዘመን
በመጋቢት ወራት በሐያ ኡራት ቀን
ጊዜው ደረሰና ወረሰ ዙፋኑን

በሥራ ዘጠኝ መቶ ሐያ ሦስት ዓመት
በዘመነ ጽጌ ጥቅምት ሐያ ሁለት
ለዳኛው ምኒልክ አቆመለት ሐውልት ።

ጥቅምት ሐያ ሦስት ወዲያው በማግሥቱ
ተልከው የመጡት ከየመንግሥታቱ
የዘውዱን ክብር አይተው በጣም ተደስቱ ።
ዘርዓ ዳዊት ጠቅል የሰሎሞን ልጅ
በቅብዓ መንግሥታት ነገሠ በዋጅ ።
የዘውድ በዓሉን ለማክበር ብለው
በይሮፕላን መጡ በየር ላይ መጥቀው
እኩሉ በመርከብ መጡ ተንሳፈው ።

ክፍል ፱ ።

« . . . በተሰጣችሁ ሥልጣን ስትሠራበት ፤ ላፈዳጸሙ በመልካም እንዲመራችሁ ልባችሁን ምን ጊዜም ከእግዚአብሔር ዕውቀት ባትለዩት ፤ ዕውቀት ፤ እውነተኛ ፍርድ ፤ ቅንነት ፤ ርኅራኄ ያላችሁ እየጨመ ራችሁ አብዙት . . . ፥

አ አበባ ጥቅምት ፳፫| ወጅ ን ም
ቀ ጋ ሥ

በሐምሌ ዘጠኝ ቀን በዚሁ ዘመን
ሊሠራልን ወዶ ሕግ መንግሥትን ።
እኛ እንድንጠቀም አስቦ ከልቡ
የሥልጣን ተካፋይ እንዲሆነው ሕዝቡ
ሕግ መንግሥት ሠራ በኪነ ጥበቡ ።
መመለስ ይገባል ቅን ተግባር ውለታ
የሥልጣን ተካፋይ ላደረገን ጌታ
አማከሪ መሆን በመመክር ፈንታ ።

በአሥራ ዘጠኛ መቶ በሐያ ስድስት
በታኅሣሥ ሐያ አራት የሥራ ሰዓት ።

ክልም የሚያገናኝ የነፋስ ስልክን
አቆም ለሕዝቡ ግንኝ እንድንሆን
ጻግም ሳያቋርጥ በዚሁ ዘመን
ለጦር አለቆቹ ምልክት ሊሆን
መርቆ ሰጣቸው የክብር ዓላግን ።

በዚያም በዚያም ሆነ ሥልጣኔ ደረሰ
ሳይውል ሳያድር ልማድ ተቀነሰ
በዚህ ጊዜ ጠላት ዓይኑ ደም ለበሰ
ጠብ ማጫር ጀመረ እየተነኩሰ
ክድዋ የቆየውን ቂሙን እያደሰ ።

<h3 style="text-align:center">ክ ፍ ል ፮ ።</h3>

«. . . በሰላም እርሻቸውን እያረሱ የሚኖሩ ክንዳቸው የጠነከረ ፡ ለነፃነታቸው ቀናተኞች የሆኑ ገበሬ
ዎቻችን ፣ እርሻቸውን በጠላት እጅ እንዳይገባ ለመከላከል ፣ ማረሻቸውን በቅልጥፍና የሚያገላብጡትን
ያህል ፣ ጎራዴና ጦራቸውንም በቅልጥፍና ሲወረውት ይዘው ይነግሉ ። ጦርነት እንዲደረግ አንፈ
ቅድም ፣ ነገር ግን በጦርነት ስንጠቃ ሳንክላከልና ጠላታችንን ሳንቋቋም አናሳልፍም ፡ . . . ›
እ አበባ መስከረም ፳|፳፭ ን ም
ቀ ጎ ሥ

በሺ ዘጠኛ መቶ በሐያ ሰባቱ

በገነድ መጣና ወሰኒን ገፋት
ወልወልን ሆድ በሳት ጠላት ወረራት ።

ፍርድ ከዳኝነት መስሉት የሚገኝ
አቤት ይል ጀመረ ማኅበር ይፍረደኝ
እኔ ሳለደርስበት ወሰኔን ገፋኝ ።

እዩ ተመልከቱ የጣሊያንን ግፍ
በኃይል ሲወረው ያገሬን ጠረፍ ።

እናንተ ፍረዱኝ ያለም መንግሥታት
ብሎ ዕርቅ ጠየቀ የሆነ መስሉት
ሰላምን ፈላጊው ንጉሡ ነገሡት ።

ማኅበሩም ለጊዜው እንዳልሰማ ሰምቶ
ነገሩን ቸላ አለው ጦርነትን ፈርቶ ።

ጦርነት አልቀረም በዚያም በዚያም ሆነ
የወልወሉ ግጭት ባለም ላይ ገነነ ።

የፈራት ጦርነት አልቀረም ደረሰ
አውሮፓ በሙሉ በከምብ ታመሰ ።

ለኛ እንደደረሰ የጦር ጽዋ ገፋት
ለሁሉም ደረሰው ሳይቆይ በቅጽበት ።

የጦርነት ወዳጅ ማነህ ባለሣምንት

እነሆ ተቀበል ያስጠምድህ ናዚስት
የሚል ቃል ተሰማ ከፈጣሪ እንደበት ።

ይህን እንተውና የፈቱን እናውጋ
ለሁሉም ተዳርሶ የጦር ጽዋ አደጋ
በመጨረሻው ድል ሰላም ተዘረጋ ።

የጣሊያንን ዕብሪት መልሰን እናስታውስ
ዳኞቹ ተልከው ወሰን ለመቀየስ
አደጋ ጥላለች ጠቡን ለመቀስቀስ ።
ይኸነን ግፍ አይቶ ንጉሡ ነገሥቱ

ከተት ብሎ አወጀ በመላ ግዛቱ
ታጥቆ እንዲከላከል ስለነፃነቱ ።
በያውራጃው ያለው ጀግናው ሕዝባችን
ገና ሳይደራጅ ሳይሰማ አዋጁን
ታፉጥን ጀመረ ጣሊያን መውረርዋን

ክፍ ል ፮ ።

«. . . . እስክ መጨረሻው ድረስ ሰላም እንዲሆን እንጣጣራለን ፥ ነገር ግን ድካማችንና መልካም
አሳባችን ፍሬ ያላገኘ እንደሆነ ፥ ሕሊናችን አይወቅሰንም . . . ፣ »

 አ አበባ መስከረም ፳| ፲፱ ፬ ም
ቀ ኃ ሥ

በወርኁ መስከረም በአሥራ ሦስት ቀን
እንዳልሆነ አየና ጠቅል ፍጻሜውን
ቁርጥ አሳብ አድርጎ አጠበቀ ትጥቁን ።

መጥቼ እገኛለሁ በመክከሳችሁ
ምንጊዜም አልለይ እኔ ንጉሣችሁ
ጠንክራ ተዋጉ ስለሀገራችሁ ።

ብሎ በሰጠው ቃል በዚሁ መሠረት
በየጦሩ ግንባር ቀድሞ ለመገኘት ።

ቀዳሚ በሆነው በጦርነት ሜዳ
በስተደቡብ በኩል በወልወል ወረዳ
እንደምን አድርጎ ሕዝቡ እንደተነዳ
ሊጎበኘው ወዶ ጠቅል ተሰናዳ ።

በንዳር ዘጠኝ ቀን ጦርነት ተጧኖ
ቋናው በሚባለው አኤሮፕላን ሁኖ
ጦሩን ለማብርታት በረረ ጨክኖ ።
ከዚያ እንደደረሰ ሁሉን ሲጠይቅ
ከጀግኖች መካከል ጉደለ አፈወርቅ ።
ጠቅል አዘነና በፈወርቅ መጉደል
ከወደቀበት ላይ ቁሞ ሲከላከል
ሰይሞ በቃሉ ደጓዝማች እንዲባል
መታሰቢያ አኖረ ያበባውን አክሊል ።
ከዚያ ተመልሶ በዚሁ ሳምንት
ንዳር አሥራ ስምንት በዚሁ ወራት ።
ዋናው የጦር ሜዳ በተዘጋጀበት
የቦምቡ ነጐድጓድ ወደሚርድበት
ሊከላከል ወጣ ላገሩ ነፃነት ።

ክፍል ፮

« . . . የሰው ልጅ ነፃነት ከሌለው በቀር ፡ መኖሩ ከንቱ ነው . . . »

አ አበባ ስኬ ጄ|፱፰ ዓ ም
ቀኈ ሥ

በግርማ ተንዘ ወደ ጦሩ ሜዳ
አገርና ሕዝቡን ወገኑን ሊረዳ ።
የጠቅልን መምጣት ጣሊያን ጠረጠረ
የቦምቡን ነጐድጓድ ያወርደው ጀመረ ።

ጠቅልም ደገነ መትረየሱን ዘራ
ከፊቱ እስኪበተን የጣሊያን አሞራ ።
ወዲያው ተፋፍመ የጦሩ ነበልባል
ጠቅልም ተንዘ ጠላቱን ሊበቀል ።

ደጅን እንደመሆን ገብቶ ከመከከል
ይጠርገው ጀመረ መትረየሱ እስኪ.ግል ።
ጣሊያን እንዳልቀናው አያያዙን አይቶ
መርዙን ይረጭ ጀመር ባይሮፕላን ወጥዶ ።

ጣሊያን ምንም ቢደክም በመርዝና በጢስ
ጠቅል አልወደደም ከዚያ ሊንቀሳቀስ ።
የመርዙ ነጠብጣብ የበምቡ ጋጋታ
ይወርድ ጀመረ ሳያቋርጥ ፋታ ።
እንዳልሆነ ሆና የጦር አቅዳችን
በመርዝ ተፈታ ጀግናው ሕዝባችን ።

ለኛ ቤዛ ሊሆን የጠቅል ሕይወቱ
ከጦሩ ሜዳ ላይ እንዳይቀር በከንቱ
ይምልዱ ጀመር ወድቀው መኳንንቱ
ከካህናት ጀምር እስከ ጸጸሳቱ ።

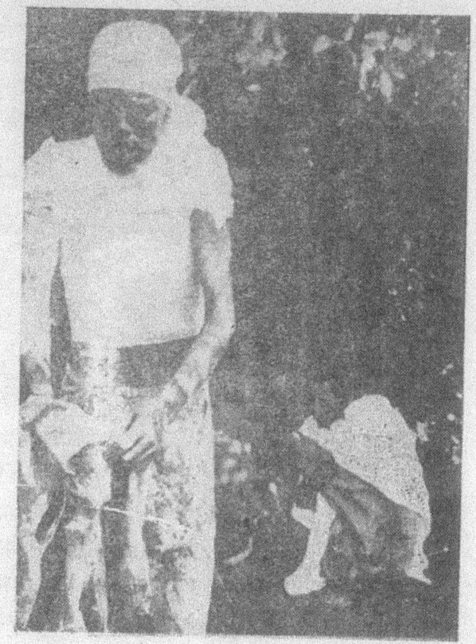

የኔ መቆም ለናንት ሕይወት ከሆናችሁ
የአምላክ ፈቃድ ይሁን ይኸው ተውኩላችሁ
እናንተም እንግዲህ ግቡ ከገራችሁ ።
ይኸንን ሲናገር በጎዝን ተቃጥሎ
ጠቅል ተመለሰ ሕዝቡን አስከትሎ ።

ወዲያው ልዩ ትእዛዝ እንዲህ ሲል እዘዝ
መለየት ቅር ብሎት ልቡ እየተከዘ

እስክመልስ ድረስ ይዣልህ ደገፋ
የሀገሬ ጎበዝ ጠላትህን ግፋ
አይዞህ ተከላከል ሳትቆርጥ ተስፋ ።

ይህን ቃል በልቡ ሳይረሳ የጻፈ
ከጠላት ተጋፍጦ ምንም አልተረፈ
እስከ መጨረሻው በዱር ረገፈ
በእካፋ በዶማ የተቦረቦረ
አንገቱ በካራ የተተረተረ
ይኸው ዛሬ ክብሩ በለም ላይ ወፈፈ

ወታደር በነፍጡ ገበራው በድግር
ነጋዴም በያዘው በመከንጃው ሚትር
ጸሐፊም በርሳሱ ቄሱም በመቁሚያ
ሊከላከል ወጣ ስለ ኢትዮጵያ ።

እንኳን ቆሞ እሚሔድ ያገር ልጅ ጎበዙ
አላሳልፍ ብሎ ወንዙ ። ወንዛ ወንዙ
አጋምና ቀጋ የግራሩም መርዙ
ጠላትን ለማጥቃት አንድነት ታዘዙ ።

ክፍል ፯

« . . . የዓለም ሕግ በከለከለውም መሣሪያ በጋዝ ጭስ ሕዝባችንን የምትጨርስብን ቢሆን ወደዓለም
መንግሥታት ለማሰማትና ፍርድ ለመቀበል ሔድን . . . . »   እ አዲስ ሚያዝያ ፳፪ ፲፱፻፳፰ ዓ. ም.
ቀ. ኃ. ሥ

በታወቀው ዕለት ሚያዝያ ሃያ አራት
ለሕዝቡ ትንግኤ ሊፈልግ ድንነት
ወደ አውሮፓ እመራ ጠቅል በስደት
ከሚወደው ሕዝቡ ደግሞም ከገሪቱ
በጣሙን አዝኖ ስለ መለየቱ
የራቀ ቢመስለን ምንም ሰውነቱ
ከኛ ጋር ነበረ የሥራ እንድነቱ
የኛ ሕይወት ቢለይ ለጥቂት ሰዓት
ይሻሙን ጀመረ የዱር አራዊት
ከራዊትም ልዩ መሰጥ ተቦላፊ
አውሮጸ እንደገበ ሳይቆይ ቅጸበት
ጨኸቱን አሰግ ሳለም መንግሥታት
ያገሩን መወረር የኛን መገፋት ።

ማናበሩ እያወቀ ጥንትም መገፋቱን
እንደ ተለመደ ሰጠ ቀጠሮውን
ፈርቲልና ሁሉም ኀሮርነት እንዳይሆን ።

በነገ በዛሬ በቀጠር ብዛት
ከብስጭት ጋር የሚያበቃ ለሞት
የጠቅል ሰውነት ሕመም አደረበት ።

ከዋናው ጦር ሜዳ የዳነው ሕይወቱ
ገገምተኛ ሁኖ ደክሞ ሰውነቱ
ይጋደል ነበረ ስለ ነፃነቱ
ቀርቶ ቢሆን ኑሮ ጠቅል በስደት
ምን ይውጠው ኑሯል ? ይህ ሁሉ ፍጥረት ።

በዚያም በዚያም ሆነ ሲያቀርብ ጨኸቱን
በፈጣሪ በኩል ቶሎ አገኘ መልሱን
እናንተን ስጠብቅ ቆይቼ እስካሁን
ለሕዝቤ ይገርለት የምሐደውን
ተስፋ ያለውን ቃል ንገሩኝ ቀርጡን
ብሎ ጠየቃቸው መላ ማኅበሩን ።
ይህን ፍርዳችሁን የዛሬውን ነገር
ታሪክና እግዚአብሔር ሲያስታውሱት ይኑር
ብሎ ነገራቸው ገልጦ ለማኅበሩ
የዳኝነታቸው ቢረቀው ምሥጢሩ ።

ክፍል ፮ ።

« . . . . . የኢትዮጵያ ጉዳይ የራሱዋ ብቻ ሆና ሊቆጠር የማይችል ስለሆነ ፣ በኅብረ መንግሥታት ላይ ብርቱ አሳብ ጣለባቸው . . . »

አ አበባ ጥር ፲፱፻፳ ዓ ም
ቀጋም

በአሥራ ዘጠኝ መቶ በሠላሳ ሁለት
ስኔ ወር በገባ ባሥረኛው ዕለት
በግልጽ ቀረበ የተመኘው ሚጠት ።

ፖለቲክ ሲራዝም ጀነብ ሲያወላውል
ስቶት ብሎ ገባ ጦርነት ከማክል ።
ጠቅል ታጠቀ ገባ ከጦር ሜዳ
ጉባኤው ተፈታ ጦርነት ፈነዳ
ሁሉም ያስብ ጀመር ለየራሱ ጓዳ
ምክንያት ፈለገ እምላክም ሊረዳ
ጣሊያን ቀደም አለች ልትቀበል ፍዳ

በዚህ ጊዜ ጠቅል ዕድል አገዘው
እንዲህ ሲል እሰግ በየራዲዮው
ለሚወደው ሕዝቡ ለሚናፍቀው ፨
ይህ የምትሰሙት ድምፅ ሁናችሁ ከራቁ
የኔ የንጉሣችሁ መሆኑን ዕወቁ ፨
ወዲያው ይህንን ድምፅ ገና ከመስማቴ
ጨልሞ የነበር ፈገግ አለ ሬቱ ፨
ዕለቱን ተመኘ በክንፍ መብረር
ተገናኘቶ ሊያድር ከንጉሡ ጋር ፨

ጥር አሥራ ሁለት ቀን ከአሜድላ ዴርሶ
ሰንደቅ ዓላማውን እሳየን መወለ ፨
የነፃነት ደወል ባንድ ጊዜ እስተጋባ
ከአሜድላ አንሥቶ እስከ አዲስ አበባ ፨
ጠቅል ብቅ ቢል ጦሩን እየቃኘ
ጣሊያን በጨረቃ ጠፍ ሁና ተገኘ ፨
መጋቢት ሐያ እንድ በሠላሳ ሦስት
ደብረ ማርቆስ ላይ ዴረሰ በቅጽበት ፨
ምስጋናውን ስጥቶ ለናፈቀው ሕዝቡ
እንድነት በሥራ እንዲተሳሰቡ ፨
መበባል እንዲቀር አንተ ሸፍታ ባንዳ
በፍቅር ተባብሮ አገር እንዲረዳ ፨
እንድነት ሰብስቦ በዕፈው አስረዳ ፨

የመተባበርን ትእዛዙን መሥርቶ
ቄም እንዳይፈጠር በፍቅር አስማምቶ
ከተከታይ ጦሩ ከዓላማችን ጋራ
ወደመናገሻው ጉዞውን እመራ ።

አርበኞች ከጫካ ስደተኞች ከዱር
የምሥራች ሰምተው የመጣውን በየር
ሊገቡ ታጠቁ ወደ ቅድስት አገር
ኃይል ባለው ግርማ በጠቅል አመራር
ሚያዝያ ሕያ ሰባት ሰኞ በቀትር
አዲስ አበባችን ከአርበኞቹ ጋር ።
በሰንደቅ ዓላማ አብባ አሸብርቃ
ትጠባበቅ ነበር ያለመጠን ናፍቃ ።

ጠቅልም ደረሰ ኃይል ባለው ግርማ
ዕልልታ ጭብጨባ ጥሩምባ እያሰማ ።

ትኩር ብሎ እያየ ንጉሡ ነገሥቱን
እየባባ ሆዱ እያየ ዓላማውን ።
ዕንባ ያንቀው ጀመር የከተማው ሕዝብ
የዶስታው ብዛት ብሎ አልጠገብ ።።

ክፍል ፩ ።

« . . . . . ከማናቸውም እስቀድሞ ለሁላችሁ ልንግራችሁና ልትረዱት የምፈልገው ፣ ይህ ቀን ለአዲሲቱ ኢትዮጵያ የአዲስ ታሪክ ዘመን መክፈቻ መሆኑን ነው ። በዚህም በአዲሱ ዘመን ሁላችን ተፈኘብን መፈጸም ያለብን አዲስ ሥራ ይጀመራል . . . »

አዲስ አበባ ሚያዝያ ፳፱|፴፫ ዓ ም
ቀ ኃ ሥ

ከቤተ መንግሥቱ ሲደርስ በግርማ
የነፃነት አዋጅ የሰንደቅ ዓላማ
ከድል አድራጊው ቃል በጉልህ ተሰማ
ዓላማዋም ታየች በሥፍራዋ ቁማ ።
ለሚወደው ሕዝቡ ለሚናፍቀው
ወዲያው እንዲህ ብሎ በቃሉ አስረዳው ።
«የሰማይ መላእክት ያምድር ሠራዊት»
«ሊያስቡና ሊያውቁት ባልቻሉት ሰዓት»
«በናንተ መከከል የኔ መገኘት»
«ምስጋናው ተነግሮ በሰው አንደበት»
«የሚበቃ አይደለም ታሪክ ነው ትንግርት ።»

« እኔ የምፈቅደውን ልነግራችሁ አሁን »
« ይህ የዛሬው ሰዓት ይኸ የዛሬው ቀን »፣
« ያዲስ ዘመን ታሪክ መከፈቻ መሆኑን »
« በዚህ ባዲሱ ዓመት በዚህ በአዲስ ዘመን »
«የምንፈጽመው እዲስ ሥራ አለብን »

ብሎ መሠረት የሥራ አመራሩን ፡፡
ይኸም ብቻ አይደል ለኛ ያዘዘው
ጥበቅ ትእዛዝ አርገን የምንፈጽመው
ክፉ ሳንሞልስ ለክፉ አድራጊው
ተረዳድቶ መሥራት በየችሎታው ፡፡

ክብርና ምስጋና ይድረሰው እግዚአብሔር
የፉሽስት መርገም የባርነት ቀንበር
ድምጥማጉ ጠፋ ተከፈለ ብደር ፡፡

ክ ፍ ል ፲፭ ፡፡

«. . . አገሩን ለሚወድና በቅንነት ለሚያገለግል በሰንደቅ ዓላማችን ጥላ ለሚኖር ታማኝ ለሆነ
ኢትዮጵያዊ ሁሉ ፤ ምሕረታችንንም ቸርነታችንንም አንነሳውም ፤ ይህም ልዩነት ሳናደርግ ወደፊት
የምንወራበት መሠረት መሆኑን ዕወቁ . . . . .»

ጉዣም መጋቢት ፳፮|፴፫ ዓ ም
ቀ ጎ ሥ

ሥራ እሠረለሁኝ ብሎ እንደነገረን
ሳይረግፍ ጣመኑ ወደዚያው ዕለቱን
ያቀና ጀመረ የፈረሰ ቤቱን ፡፡

ሳይውል ሳያድር በገባበት ወሬት
በሕግ አቋቋመ የሕዝቡን ቤት ንብረት ፡፡

ግንቦት ሰባት ቀን በዚሁ ዘመን
ሰባት ሚኒስትሮች ሾሞ አስረከበን
ለሥራችን መሪ ሁነው ሊረዱን ፡፡

ግንቦት እሥራ ዘጠኝ በዚሁ ሳምንት
ስለቆስሉና ስለተጉዳት
ዘሮ እየጉብኘ ስጠ መድኃኒት ፡፡

በሠላሳ ሆስት የነፃነት ዘመን
ነፃነት በገባ ግንቦት እሥራ አራት ቀን
ሊጉበኝ ወደደ እምዐንና ጌዶን ፡፡

በዚሁ ዓመትና በዚሁ ሰሞን
ደብረ ሲናና ደብረ ብርሃንን
አስረዳቸው ሐዶ ዜዎ ምጽአቱን ፡፡

ወዲያው በሰኔ ወር በሠላሳ ሆስት
ድክም ሳይሰማው ልረፍ ሳይል ጥቂት

ወደጅማ አመራ ሕዝቡን ለመጐብኘት ።

ክ ፍ ል ፲፪ ።

«. , . ይህ ሐውልት የብፁዕ አቡነ ጴጥሮስን ስምና ታሪክ ያስተባብራል ፤ አንተ መሠረት ነህ ፤ ባንተ መሠረትነት ቤተ ክርስቲያንን እንጻለሁ ተብሎ እንደተነገረ ፤ ለብፁዕ አቡነ ጴጥሮስ መታሰቢያ የምናቆመው ሐውልት ስለ ሀገራቸው የተሠዉ ኢትዮጵያዊዎች ወደ ፊት ለሚቆምላቸው መታሰቢያ እንደ መጀመሪያ መሠረት አድርገን እንቆጥረዋለን ፤ . . . . .» አ አበባ ሐምሌ ፳፱|፴፫ ዓ ም

ቀ ኃ ሥ

ሐምሌ ሐያ ሁለት በዚሁ ዘመን
ተቀዳሚ ሥራ መታሰቢያውን
ስለአቡነ ጴጥሮስ ወራ ሐውልቱን ።

በእሥራ ዘጠኝ መቶ ወላሳ አራት ዘመን
ጎጃር አሥርና በሥራእንደኛው ቀን
ዞር ጐበኛቸው ሐረር ድሬጻዋን

በዚሁ ዘመን ውስጥ ጥር ሐያ ሁለት
ስለኛ ፈረሰ የውል ስምምነት
በቶሎ እንዲቋቋም የጐደለን ንብረት ።

አይረሳምና የየካቲት ፷ግፍ
ክብዙ በጥቂቱ ዘርዝረን እንጻፍ
ምንም እንኳ ጭንቁ መከራው ቢተርፍ ።

ትውልድ የማይረሳው የመከራ ሐውልት
እነሆ በሥዕል የሠራብን ጠላት ።

ሚያዝያ ሐያ ሰባት በዚሁ ዘመን
ሐውልተ ምኔልክ የነበረውን
እንደገና አቁሞ አድሶ አሳየን ።

አይደመሰስም ያገር መታሰቢያ·
ደግሞ አይማረክም የታሪክ እርስያ
በታውቀው ነው እንጅ ደፋርዋ ኢጣሊያ

ክፍል ፲፫ ።

«. . . ንዋነት የጋራ ገንዘብባቸሁ ናትና በየራሳቸሁ ነዋነት ፡ ለሌሎችም የነዋነት ድርሻ መስጠት እንዳለ ማወቅ ይገባል . . . »

እ አበበ የካቲት ፲፱፻፴፱ ዓ ም
ቀ ጋ ም

በወርኅ የካቲት በአስራ ሁለት ቀን
በአስራ-ዘጠኝ መቶ ሠላሳ አራት ዘመን
መታሰቢያ እቆመ በግፍ ያለቁትን ።
ጥቅምት ሐያ ሦስት በሠላሳ አምስት
የሕግ መምሪያና ሕወሰኛ ቤት
እድሶ እቆመልን በመልካም ሥርዓት ።
ሠላሳ አምስት ዓመት በሰኔ አምስት ቀን
በፍቅር ጋበዝ እንግዶቻችንን

ከግሪክ ተሰደው የተበተኑትን ፥
በሰኔ ሰባት ቀን በዚሁ ዓመት
የኪዳኑን በዓል ከዓለም መንግሥታት
በሠልፍ አክበረ በጦር ሠራዊት ።

በሐምሌ አሥራ ስድስት በሠላሳ አምስት ።
እንዲስፋፋ ሲያስብ የትምህርት ቤት

ትምህርቱም በትምህርት እንዲያገኝ እርምጃ
ለወጣቶች ሰጠ ከፍ ያለ ደረጃ ።

ክፍል ፲፱ ።

«. . ፣ ፤ . በዚህ ሐውልት ላይ ታሪካቸው ተጽፎ የሚገኝ ወገኖች ፡ ከትውልድ ወደ ትውልድ የሚያ
ልፍ የደመቀ ታሪክ ያለው ሥራ ሠርተዋል . . . »

እ አበባ ሚያዝያ ፳፮ ፲፱፯ ዓ ም
ቀ ኃ ሥ

ጥቅምት ሐያ ሦስት መላሳ ስድስት
ሐውልት እቆመልን ስለነፃነት ።
በነፃነት ሐውልት ከፍ ባለው ቦታ
ስላገራቸው ክብር የሠሩ ውለታ
እነሆ ገድላቸው ተጽፎዋል በተርታ ።

በመጀመሪያው ገጽ የነፃነት እምድ
ዓላማውን ይዞ በድል ሲራመድ
ይታየናል ይኸው ጠቅል በገሃድ
ለኛ ብቻ ሳይሆን ለመጭው ትውልድ ።

ጥር ሰባት ቀን ሠላሳ ስድስት
በክብር እንዲነሣ ዓዕመ ሰማዕታት ።
የረገፈውን ዓዕም በዱር በገደል
ንቃህ ብሎ ጠርቶ በክብር ደወል
ሲያቀዳጀው እየ የታሪክ እክሊል ።
በዱር በገደሉ ተጥለው የነበር
ጠቅል በምጽአቱ በደረገው ታምር ።
አጥንቶች ተነሡ ትንሣኤ ዘለክብር
አብበው አጊጠው ታሪክ በሆነ ጎብር ።

ክ ፍ ል ፲፮ ።

«. . . መልካምና ቅን አሳብ ያለው ታሪክ እያጠና ዕውቀትን ከእንምሮው የሚያዋሕድና በዚያው
መንፈስ የሚሠራ ስው ! ለመጭው ዘመን ላገራችን ዕድል መልካም አገልጋይ ሲሆን ይችላል . . . .»
እ አበባ ሚያዝያ ፳፯ ፲፱፳ ን ም
ቀ ኔ ሥ

ሚያዝያ ሐያ ሰባት እሁን በልነው ዘመን
ለኛ ብሎ እቆመ ቤተ መጸሕፍትን ።
ሥልጣኔ እንዲስፋፋ እንዲማር ጥበብ
ሙሉ ዕውቀት እንዲያገኝ እንዲገንዘብ
ቤተ መጸሕፍትን እቆመ ለሕዝብ ።

በአሥራ ዘጠኝ መቶ በሠላሳ ስድስት
ጉጃምን ሊጎበኝ በሰፈ ፕርኮት
ሁለተኛ ሔደ በግንቦት ሐያ አራት ።
ጻጉሜን ስድስት ቀን ሲሆን ወደ ማታ
የጣሊያንን መውደቅ ስንሰማ ደስታ
ምስጋና አቀረብ ለኈይለኞች ጌታ ።
የኢትዮጵያ ሕዝብ ንውድ ክቡር ነው
የጠላቱን መውደቅ እምላክ አሳየው
ባላሰበው ሰዓት ባልጠረጠረው ።
ጥር ሰባት ቀን ሠላሳ ሰባት
ውለታ ለመክፈል በግኝ ላለቁት
በወርን የካቲት የሚካኤል ለት
መታሰቢያ ወራ ቀዋሚ ሐውልት
ባከፋ በዶግማ የረገፈው እጥንት
ተሰብስበ ገባ መንበረ ፀባያት ።
እንዲናር ታድሶ ታሪክ ባለው ሕይወት
ስሙና ታሪኩ ተቀርዖ በጽላት
ጥር አሥራ ሁለት ቀን በዚሁ ወራት
በዓል ሊያደርግ ወዶ ስለ ሻልግት ።
ለጀግና እገልጋዩ ለመክፈል ውለታ
ስለ ተጋድሎው የሚሆን ወረታ ።
ኒሻኑን አደለ በሠልፍ ጠራና
የሚሆን ምልክት ላገልጋዩ ጀግና ።

ያን ጊዜ የሠራ ምልክት አገኘ
ያልሠራም በሠራሁ እያለ ተመኘ ።

የካቲት ሰባት ቀን ሠላሳ ሰባቾ
በዚያ በጦርነት በጭንቁ ወራት
የባሕር መርከቦች በታገዱበት

ፊጥና ገሠገሠ በሰጡት ቀጠር
ወዲያው ከነራዝቤልት ተገናኘ ኣይሮ ።

የቀድሞው ሳያንሰው የሠራው በቃል
ዳግም ተገናኘ ከምስተር ቸርችል
ኪዳኑን ሊያጸናው ሊያጸድቀው በውል ።
ትልቅ ትንሽ ሳይለይ የተሠራው ቻርት
እንዳይቀነስ ነው የሰው ልጅ መብት ።

መጋቢት ሐያ አንድ በዚሁ ዘመን
መላክተኞች ላከ ወደ አሜሪካን
የሳንፍራንቺስኮ ጉባኤ ሊሆን ።

ወዲያው በዚሁ ወር በሐያ ሁለት
ሲዳሞን ሊጉበኝ ሕዝቡን ሊያስደስት
በክብር ተንዘ ንጉሠ ነገሥት
በሚያዝያ እምስት ቀን በዚሁ ዓመት
ዕረፍቱ ተሰማ የፕሬዚዴንት
ያሜሪካን መሪ ታላቁ ራዝቤልት ።

የዚህን የመሪ ሞቱን ብትሰማ
ኢትዮጵያ አዘነች ከሁሉ አስቀድማ ።

ደጃዝማች ተብሎ ላየቸው ሲዳሞ
ኃይል በለው ግርማ ደረሰላት ደግሞ ፨

ንጉሥ ነገሥቱ በሲዳሞ ሁና
ዜና ዕረፍታቸው ቢደርስለት ፈጥና
ውሎ እድርን ዋለ ያስ መጠን አዝና

በሠላሳ ሰባት ማያዝያ ፲ ቀን
የማልያንንና የጀርመን ድል መሆን
በሠልፍ አከበረ ተገኘቶ በዙፋን

ክፍ ል ፸፱ ።

« . . . ትላንትና በማይጨው ጦርነት ከእንግዲህ ወዲህ ማባረር ነው እንጂ ጦርነት የለብንም ሲል የነበረው የኢጣሊያ ጦ ቅላይ ጦር እባኸኑ፡ ዛሬ በራሱ የደረስበትን አበቀድሞ ያናገረው ሆኖ ይታያል . .»

እ እበባ ጸጉሜን ፺| ፶፮ ዓ ም
ቀ ጋ ም

በዚሁ ቀን ጠቅል ከተናገረው ቃል
ልብ ላደረገው አንደኛው ይበቃል
እነሆ ከቃሉም በጭሩ ጠቅሰናል ።
« ከልተጨመረበት የሰላም ድል ዳግም »
« የጦሩ ድል ብቻ የሚሰጠው ጥቅም
« ምንም ታላቅ ሊሆን በፍጹም አይችልም »
« የሰላም ድል ሊባል የሚቻለውም »
« ጦርነቱን በኃይል መቻል አይደለም »
« የመንፈስ ጦርነት የመሣሪያ ወይም »
« ከሰው ሁሉ አንደበት እንዲፋቅ በፍጹም »
« የሚቻልበት አቅድ ጥንቃቄው ሲረጋም »
ብሎ ተናገረ ለመላው ዓለም ።
ግንቦት ሐያ ሰባት ወላሳ ሰባት
ክናዳ ሰደደ እንዲያገኙ ዕውቀት
ትምህርት ከላቸው ከገሩ ወጣት ።
በሰኔ እሥራ ሰባት በዚሁ ዘመን
ሊጎበኝ ሔደ ያራሲ አውራጃን ።
በሐምሌ እሥራ ስድስት ወላሳ ሰባት
በተበረከው ቀን ዕለተ ልደት ።
እኛ እንድንበለጽግ እንድንደረጅ
የነፃነት ገንዘብ አደለን ባዋጅ ።
ነሐሴ ዘጠኝ ቀን በዚሁ ዘመን
ጃፓን ድል መሆኑን ፈጣሪ አሰማን ።
በዚያን ሰዓት ሁኖ በቤተ መንግሥቱ
የተናገረው ቃል ንጉሠ ነገሥቱ፤
ሰላም እንዲሆን ነው ዋናው መወረቱ ።
ጦርነቱ ጠፍቶ ሰላም ከተቱክ
የሰው ልጅ መብቱ ሁኖ እንዳይነክ ።
ከለም ላይ ከልጠፉ ምጮት ፖሊቲክ
የሰላም ጉባኤ እንዱም አይሳክ ።
ነሐሴ አሥራ ዘጠኝ በዚያ በክረምት
ዕረፍቱን የማይወድ ንጉሠ ነገሥት
አዳማን ወየመ እንድትሆን ናዝሬት ።
ናዝሬት እንደገባ የሠራው ታምር
አያልቅም ተጽፎ በጭሩ መስመር ።

ክፍል ፲፮ ።

« . . . . የሕይወታችንን መቆየት የምንመኘው የተበተኑትን አገሮችና ሕዝቦች ፣ ወደናታቸው
ኢትዮጵያ ለመስብሰብ ጊዜ እንድናገኝ ነው ፣ . . ። »   እ አበባ መስከረም ፲፮ ፩ ፴፰ ዓ ም
                                                      ቀ ኃ ሥ

መስከረም ጠባና ዕርቅ ሲጀምሩ
መግለጫ ቃል ላከ ሳይበዛ ባጭሩ
በፍርድ እንዲመለስ ጥንታዊ ሀገሩ ።
በአሥራ ስድስት ቀን በዚሁ ወራት
የኤርትራ ሕዝቦች ባውራጃው ያሉት
አቤቱታ አቅርበው በሰፊ ጸሎት
ሽማግሌም ልጁም ሴቱም እንድነት
ልመና አቀረቡ ላለም መንግሥታት
ተነጥላ እንዳትቀር ለባዕድ ጠላት
ኢትዮጵያ እያለች እናቷ ከጥንት ።

ወዲያው በአሥራ ስምንት በመስከረም ወር
በሰላማዊ ሰልፍ ሁነው በማኅበር
እንድነት ጠየቁ እነ በናዲር
እንዳይነጠሉ ከጥንታዊው ክብር ።
ዳግም በጥቅምት ወር በሐያ ሁለት
ሐያ አምስት ሕፃናት መርጦ ለትምህርት
እንዲያገኙ ላከ ከፍተኛ ዕውቀት
የካቲት ዘጠኝ ቀን በሠላሳ ስምንት
ጅማን እንደገና በሥራ ጎበኛት ።

ክ ፍ ል ፲፰ ።

«. . . . ትውልድ ያልፋል ፤ መልካም ክብሩ ለዘር ይወረሳል . . . . »

አ አበባ ሚያዝያ ፳፯| ፲፱ ዓ ም
ቀ ኃ ሥ

በየካቲት ወራት በዚሁ ዘመን
ያስፋፉ ጀመረ ትምህርት ቤትን

ከፍ ላለው ደረጃ ሁለተኛውን
ለተማሮችና ደግሞም ለመምህራን
ደግሞ መሠረተ የሥራ ማዕዘኑን ።

ደግም በማግሥቱ ሐዶ ሳይሰለች
መኖሪያ ቤት ሊሆን ለጤና እንዲመች
ለተማሮችና ላስተማሪዎች ።
ከለው ትምህርት ቤት በጉለሌ ኦጠገብ
መሠረቱን ጣለ የማዘኑን ዕጡብ ።
ሚያዝያ አሥራ አምስት ቀን በዚሁ ዓመት
በሠልፍ ተገኝቶ ለጦር ሠራዊት
መርቆ ሰጣቸው ያላምን ትእምርት
እስከ መጨረሻው እንዲከተሉት ።
ሚያዝያ አስራ ዘጠኝ ቀን በዚሁ ዘመን
የቤተ ክህነት ሀብት እንዲያገኝ ሥልጣን
የጻጻሳት ምርጫ አደረገልን
ከግብረ ገቦቹ ያገር መምህራን ።
በሚያዝያ ሐያ እንድ ሠላሳ ስምንት
ገነትን ጎብኝቶ በእምስት ሰዓት
ለዕጮቹ መኳንኖች ሊሆን ምልክት
በእጄ አስታጠቃቸው የማዕርግ ቅናት

በሐምሌ አሥራ ስድስት ሠላሳ ስምንት
በታላቁ በዓል ዕለተ ልደት
በግዝፍ ተነሣ የጴጥሮስ ሐውልት
ተፍጻሜተ ሰማዕት የሆነው ጴጥሮስ
በአርበኞች ጎዳና ቆሟል ሊቀድስ ።
በክንቱ እማያስቀር የሰውን ብድር
ጠቅል ለዘላለም በሕይወት ይኑር ።

«. . . እኛ ሞሪያችሁ ሆነን ሳለ ፤ የቀድሞውም ያሁኑም በሕይወታችሁ የገጠማችሁ ሁሉ ትዝ እንዲ
ላችሁ ስንጠይቃችሁ ፤ እንደ ሥዕል ገልባጭ እንድትሆኑ አይደለም . . .»

ከ አበባ ሐምሌ ፳፮|፲፱፴ ዓ. ም.
ቀ ኔ ሥ

እነሆ ተጻፈ የግጥም ሐተታ
እጅህ ከሳደገው ክንድ ዕንለ ማውታ ።

ደሬድ ገብረ ሚካኤል ።

«. . . እናንተ ጉልማሶች ምንም ስጠታችሁ ስየብቻው ቢሆን እንኳ ፤ ጠንክሮ በመሥራት ታላቁን
አስተዋይነት ለመግዛት የሚችል መሆንን ዕወቁ . . .»

አ አበባ ሐምሌ ፲፮| ፴፰ ዓ ም

ቀ ጎ ሥ

ጥ—ያላችሁ ወጣቶች በዚህ ባዲስ ዘመን
እነግራችኋለሁ እያልሁ አማን አማን ።
በሐዲሱ ሥራ ወይም በትምህርት
ክልተወለዳችሁ በዳግም ልደት
ልትወርሱ እትችሉም ዕድልና ሀብት ።
መ—ተወልደን ጉልምስን በእግራችን ስንሔድ
ተመልሰን መግበት ዳግም ወደናት ሆድ
እንደምን ይቻላል ይኸ ይፈጸም ዘንድ ።
ጥ—ወደናት ሆድ ግቡ አላልኩም ድከሙ
መወለድ ያልኳችሁ እይደለም በቁም
ራስን መውለድ ነው የዚህ ቃል ትርጉሙ ።
ታሪክ ላለው ሥራ እስከ ዘላለሙ ።
መ—እንዲህማ ገልጠህ ስታስረዳን በውል
ቃሉ ለልባችን ጠልቆ ይገባዋል ።

መወለድስ በርግጥ እንስሳም ተወልዶ
በቀንበር ተይዞ እንድነት ተጠምዶ
ፍጥረትን ሊመግብ ይሠራል ተገዶ
በጊላም ይበላል እንደገና ታርዶ
ሲመግብ በኖረ እየበላ ሠርዶ ።
ጥ—እንስሳን ለሰው ልጅ ምሳሌ አታድርጉ
ሰው ባለ አእምሮ ነው ክፍ ያለ ማዕርጉ ።
እንስሳና ሰውን ከመሳሰላችሁ
ክዋቂነት ማዕርግ በጣም እነሳችሁ ።
በምድር የሚገኘው ጠቅላላ ፍጥረት
ክእንስሳ ጀምሮ እስከ አራዊት
ክመሬት ክደንጊያ እስከ ዕፀዋት ።
ለአዳም ልጅ በሙሉ ሊሆን አገልጋይ
እንደተፈጠረ መጽሐፍን እንይ ።

ኑሪት ዘፍጥረት ምዕ ፩ ቀ ፳፰